škola - ilé-ìwé	2
cesta - ìrìn àjò	5
transport - ọkọ̀	8
město - ìlú	10
krajina - ẹlẹ́bùú	14
restaurace - ilé oúnjẹ	17
supermarket - ibi ìtajà	20
nápoje - ohun mímu	22
jídlo - oúnjẹ	23
usedlost - oko	27
dům - ilé	31
obývací pokoj - yàrá ìgbé	33
kuchyně - ilé ìdáná	35
koupelna - ilé ìwẹ̀	38
dětský pokoj - yàrá ọmọdé	42
oblečení - aṣọ	44
kancelář - ọfisi	49
hospodářství - ọrọ̀ ajé	51
povolání - àwọn iṣẹ́ ààyò	53
nářadí - àwọn irinṣẹ́	56
hudební nástroje - àwọn irinṣẹ́ orin	57
zoo - ibi ẹranko	59
sport - àwọn eré ìdárayá	62
aktivity - àwọn iṣẹ́	63
rodina - ẹbí	67
tělo - ara	68
nemocnice - ilé ìwòsàn	72
urgentní případ - pàjáwìrì	76
země - Ayé	77
hodiny - aago	79
týden - ọ̀sẹ̀	80
rok - ọdún	81
tvary - àwọn ìrísí	83
barvy - àwọn àwọ̀	84
protiklady - òdì	85
čísla - nọ́mbà	88
jazyky - àwọn èdè	90
Kdo / co / jak - tani / kínni / báwo	91
kde - níbo	92

Impressum
Verlag: BABADADA GmbH, Nedderfeld 112 , 22529 Hamburg
Geschäftsführer / Verlagsleitung: Harald Hof
Druck: Books on Demand GmbH, In de Tarpen 42, 22848 Norderstedt

Imprint
Publisher: BABADADA GmbH, Nedderfeld 112 , 22529 Hamburg, Germany
Managing Director / Publishing direction: Harald Hof
Print: Books on Demand GmbH, In de Tarpen 42, 22848 Norderstedt

škola
ilé-ìwé

dělit
pínpín

tabule
pẹpẹ

třída
yàrá ìkàwé

školní hřiště
yàádi ilé-ìwé

učitel
olùkọ́

papír
pépà

psát
kọ̀wé

pero
kálàmù

psací stůl
desiki

pravítko
rúlà

kniha
ìwé

žák
akẹ́kọ̀ọ́

aktovka
ọ̀rá

penál
àpò pẹnsùrù

tužka
pẹnsùrù

ořezávátko
olùgbẹ́ pẹnsùrù

guma
rọ́bà

blok na kreslení
bọ́tìnnì yíyàwòrán

výkres
yíyàròwán

štětec
burọsi ọdà

malířské potřeby
àpótí ọdà

nůžky
sisọsi

lepidlo
gúlù

cvičebnice
iwé isẹ́

domácí úkol
isẹ́ àmúrelé

počet
nọ́mbà

2+2
sčítat
àfikún

odčítat
àyọkúrò

násobit
isọdipúpọ̀

počítat
sírò

písmeno
lẹ̀tà

abeceda
alábídí

slovo
ọ̀rọ̀ sísọ

škola - ilé-ìwé

text	číst	křída
ọ̀rọ̀ kíkọ	kàwé	sọ́ọ̀kì

 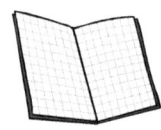 

hodina	třídní kniha	zkouška
ìkẹ́kọ̀ọ́	forúkọsílẹ̀	ìdánwò

vysvědčení	školní uniforma	vzdělání
ìwé-ẹrí	aṣọ ilé-ìwé	ẹ̀kọ́

encyklopedie	univerzita	mikroskop
ìwé ìmọ̀	yunifasiti	ẹ̀rọ gbohùngbohùn

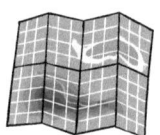 

karta	odpadkový koš na papír
àwòrán àgbáyé	agbọ̀n ìdalẹ̀nù

škola - ilé-ìwé

cesta
ìrìn àjò

hotel
ilé ìtura

ubytovna
ibùgbé akẹ́kọ̀ọ́

směnárna
ibi ìpàrọ̀ owó

kufr
àpótí owọ́

auto
ọkọ̀ ayọ́kẹ̀lẹ́

jazyk
èdè

ano / ne
bẹ́ẹ̀ni / bẹ́ẹ̀kọ́

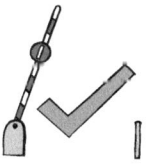

oukej
Ó dára

Ahoj!
ẹpẹ̀lẹ́

překladatel
olùtúmọ̀ èdè

děkuji
O ṣeun

cesta - ìrìn àjò

Kolik stojí...?
èló ni... ?

nerozumím
Kò yé mi

problém
ìṣòro

Dobrý večer!
Ẹ káalẹ́!

Dobré ráno!
Ẹ kaarọ!

Dobrou noc!
Ẹ káalẹ́!

na shledanou
ódigbà

směr
ìtọ́ní

zavazadlo
ẹrù-ẹni

taška
báàgì

batoh
àpò ẹ̀yìn

host
àlejò

pokoj
yàrá

spací pytel
báàgì ibùsùn

stan
àgọ́

cesta - ìrìn àjò

turistické informace
àlàyé arìnrìn àjò

pláž
òkun

kreditní karta
káàdì arópò owó

snídaně
oúnję àárọ̀

oběd
oúnję ọ̀sán

večeře
oúnję alẹ́

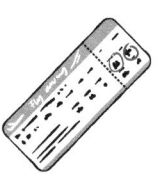
jízdenka
tikẹti

výtah
ìgbésókè

poštovní známka
èdìdí

hranice
àlà

clo
àwọn àṣà

poselství
ibi iwé irìnà

vízum
fisa

pas
iwé irìnà

cesta - ìrìn àjò

transport
ọkọ̀

letadlo
ọkọ̀ òfurufú

loď
ọkọ̀ ojú omi

hasičský vůz
ẹ̀rọ iná

autobus
ọkọ̀ èrò

nákladní vůz
tanlẹsẹ

motorový člun
ọkọ̀ omi

auto
ọkọ̀ ayọ́kẹ́lẹ́

kolo
kẹ̀kẹ́

přívoz

ọpán

člun

ọpọ́n ojú omi

motorka

atapùpù

policejní auto

ọkọ̀ ọlọ́pàá

závodní auto

ọkọ̀ ìsáré

pronajaté auto

ọkọ̀ yíyá

transport - ọkọ̀

sdílení aut

àpínlò okò

odtahová služba

igbókò

popelářský vůz

okò dída ilę̀ nù

motor

manto

palivo

epo

čerpací stanice

ilé epo

dopravní značka

àmì iwakò

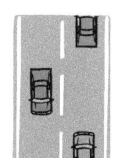

doprava

iwakò

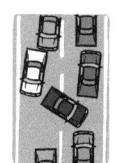

dopravní zácpa

súnkęrę

parkoviště

ibi igbókòsí

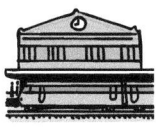

vlakové nádraží

ibùdókò ojú irin

koleje

àwon òpópó

vlak

okò ojú irin

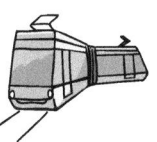

tramvaj

okò ori ilę̀

vagón

ęrù

transport - okò

helikoptéra
ẹlikọputa

letiště
ibùdókọ̀ òfurufú

věž
òpó

pasažér
èrò

kontejner
ibi ìpamọ́

kartón
katun

trakař
apẹrẹ

koš
agbọ̀n

vzlétnout / přistát
gbéra / balẹ̀

město
ìlú

vesnice
abúlé

střed města
àárín ìlú

dům
ilé

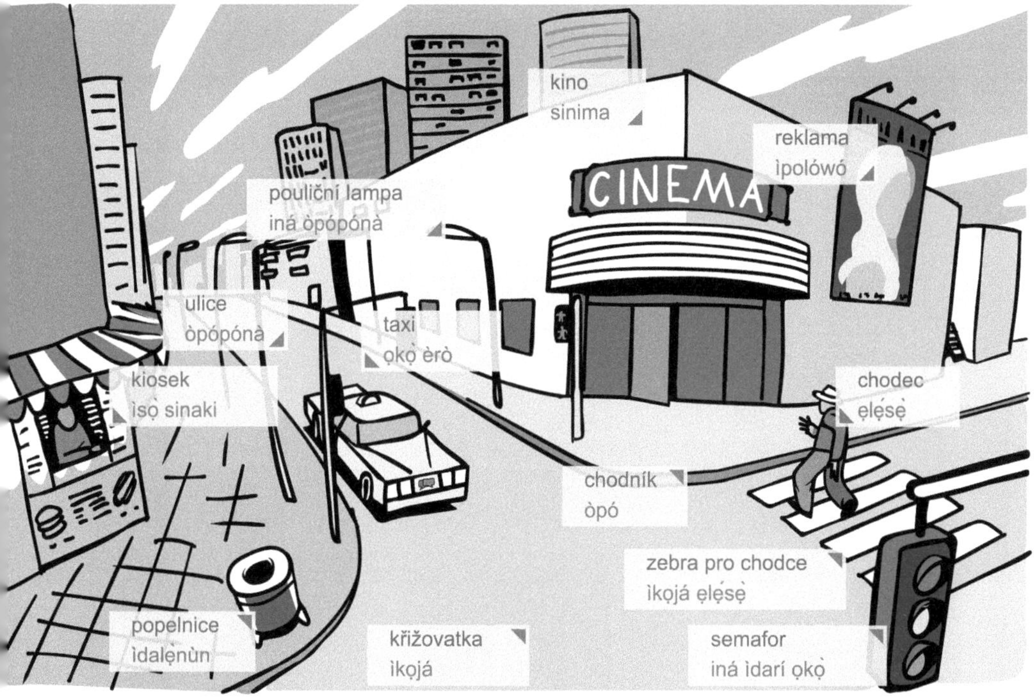

kino
sinima

reklama
ìpolówó

pouliční lampa
iná òpópóná

ulice
òpópóná

taxi
okọ̀ èrò

kiosek
isọ̀ sinaki

chodec
ẹlẹ́sẹ̀

chodník
òpó

popelnice
ìdalẹ̀nùn

zebra pro chodce
ìkọjá ẹlẹ́sẹ̀

křižovatka
ìkọjá

semafor
iná ìdarí okọ̀

chata

abà

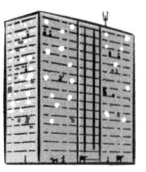

byt

filati

vlakové nádraží

ibùdókọ̀ ojú irin

radnice

ojúde

muzeum

musiọmu

škola

ilé-ìwé

město - ìlú

univerzita

yunifasiti

banka

ilé ifowópamọ́

nemocnice

ilé ìwòsàn

hotel

ilé ìtura

lékárna

olùta ògùn

kancelář

ọfisi

knihkupectví

ìsọ̀ iwé

obchod

ìsọ̀

květinářství

òdòdó

supermarket

ibi ìtajà

tržnice

ọjà

obchodní dům

ibi ẹka iṣẹ́

rybárna

ibi ẹja

nákupní centrum

ibi ìrajà

přístav

bèbè omi

město - ìlú

park
ibi igbafẹ́

lavička
àga

most
afárá

schody
àgàsọ̀

metro
abẹ́ ilẹ̀

tunel
ihò ilẹ̀

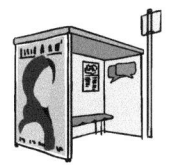

autobusová zastávka
ibùdókọ̀

bar
ilé ọtí

restaurace
ilé oúnjẹ

poštovní schránka
àpótí ifiwéránṣẹ́

pouliční tabule
àmì òpópónà

parkovací hodiny
mita ìgbọ́kọ̀sí

zoo
ibi ẹranko

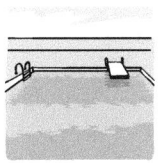

plovárna
ibi ìwẹ̀

mešita
mọ́sálásí

město - ìlú

usedlost
oko

znečišťování životního prostředí
ìdọtí

hřbitov
ibi ìsìnkú

církev
ilé ìjọsìn

hřiště
ibi ìṣeré

chrám
tẹmpili

krajina
ẹlẹ́bùú

- list — ewé
- rozcestník — ajúwe
- cesta — ọ̀nà
- louka — ilẹ̀ koríko
- kámen — òkúta
- strom — igi
- turista — olùrìn
- řeka — odò
- tráva — kóriko
- květina — òdòdó

krajina - ẹlẹ́bùú

údolí
kòtò

hora
òkè

jezero
adágún omi

les
aginjù

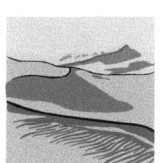

poušť
aṣálẹ̀

sopka
ilẹ̀ ríru

zámek
ibùgbé

duha
òṣùmàrè

houba
esun

palma
ọ̀pẹ

komár
`ẹfọn

moucha
eṣinṣin

mravenec
kòkòrò

včela
oyin

pavouk
alantakun

krajina - ẹlẹ́bùú

brouk
làbọnlàbọn

žába
ọpọlọ́

veverka
ọ̀kẹ́rẹ́ ńlá

ježek
sẹ́sẹ́

zajíc
ọ̀kẹ́rẹ́

sova
òwìwí

pták
ẹyẹ

labuť
pẹ́pẹ́yẹ ńlá

divoké prase
ẹlẹ́dẹ́ igbó

jelen
àgbọ̀nrín

los
àgbọ̀nrín ńlá

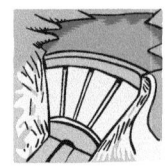
přehrada
adágún

větrné kolo
ọ́pá afẹ́fẹ́

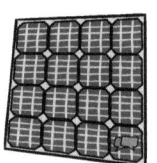
solární panel
panẹ́ẹ̀lì òrùn

podnebí
ojú-ojọ́

krajina - ẹlẹ́bùú

restaurace
ilé oúnję

číšník — agbóunję
jídelní lístek — àkọsílẹ oúnję
židle — àga
polévka — ọbẹ
pizza — pisa
příbor — ọbẹ
ubrus — aṣọ tábìlì

předkrm
ipanu

hlavní chod
oúnję gangan

dezert
ipanu léyin oúnję

nápoje
ohun mímu

jídlo
oúnję

láhev
igò

rychlé občerstvení

oúnję kíá

pouliční občerstvení

oúnję òpópónà

čajová konvice

abọ́ tii

cukřenka

abọ́ ṣúgà

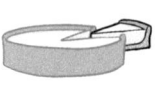

porce

ìpín

kávovar na espresso

èrọ ẹsipirẹso

dětská stolička

àga gíga

faktura

ìnáwó oṣoṣù

tác

tire

nůž

ọbẹ

vidlička

fọọkì

lžíce

ṣibí

čajová lyžička

ṣibí tii

ubrousek

pépà ìnuwọ́

sklenička

gilasi

restaurace - ilé oúnjẹ

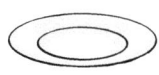

talíř
abọ́

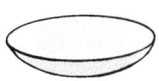

talíř na polévku
abọ́ ọbẹ̀

podšálek
pẹlẹbẹ

omáčka
ọbẹ̀

slánka
kòkò iyọ̀

mlýnek na pepř
ìlọta

ocet
fẹniga

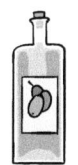

olej
òróró

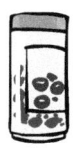 

koření
èròjà

kečup
kẹsọpu

hořčice
mọsitadi

majonéza
mayonesi

supermarket
ibi ìtajà

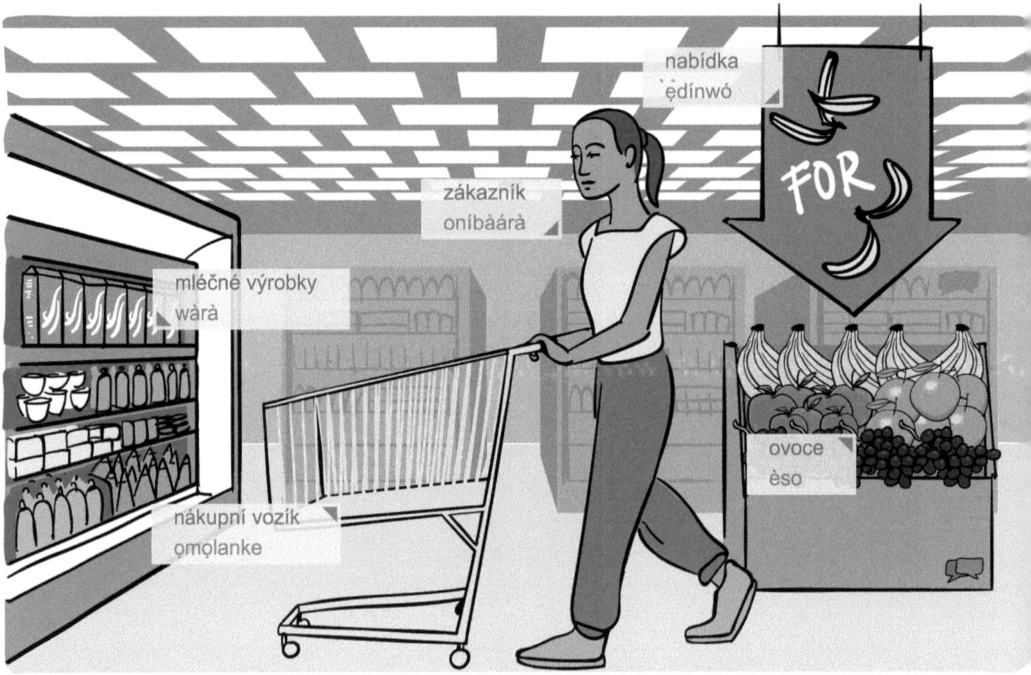

nabídka
ẹ̀dínwó
zákazník
oníbàárà
mléčné výrobky
wàrà
FOR
ovoce
èso
nákupní vozík
ọmọlanke

BUTCHERS

masna

alápatà

BAKERY

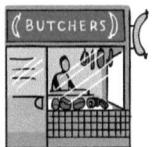

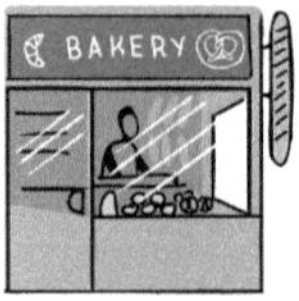

pekařství

beka

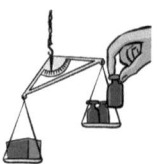

vážit

wọ̀n

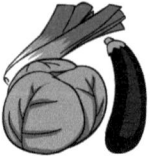

zelenina

ewébẹ̀

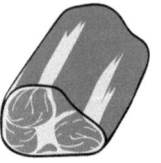

maso

ẹran

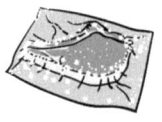

mražené potraviny

oúnjẹ dídì

obložený talíř
ẹran tútù

konzervy
oúnjẹ agolo

prací prášek
ọsẹ ifọṣọ

cukrovinky
àdídùn

výrobky pro domácnost
àgbéjáde ẹbí

čisticí prostředek
ohun ìtọ́jú

prodavačka
olùtajà

pokladna
tili

pokladní
akawó

nákupní seznam
àkójọ irajà

otevírací doba
wákàtí ibẹ́rẹ̀

peněženka
ìpamọ́

kreditní karta
káàdì arópò owó

taška
báàgì

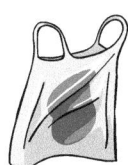
igelitová taška
báàgì ọrá

supermarket - ibi ìtajà

nápoje
ohun mímu

voda
omi

džus
omi èso

mléko
wàrá

kola
koki

víno
waini

pivo
bia

alkohol
ọtí líle

kakao
kòkó

čaj
tii

káva
kọfí

espresso
ẹsipirẹso

kapučíno
kapusino

jídlo
oúnjẹ

banán
ọ̀gẹ̀dẹ̀

jablko
apu

pomeranč
ọsàn

meloun
`ẹ̀gúsí

citrón
òronbò

mrkev
karọti

česnek
galiki

bambus
ọparun

cibule
àlùbọ́sà

houba
esun

ořechy
`ẹ̀pà

těstoviny
nodu

špageti	rýže	salát
sipajeti	ìresì	saladi

hranolky	americké brambory	pizza
ìpanu	ànàmọ́ díndín	pisa

hamburger	sendvič	řízek
bọ́gà	sanwiṣi	ẹran sísun

šunka	salám	salám
ẹsẹ̀ ẹlẹ́dẹ̀	salami	sọseji

kuře	pečeně	ryby
ẹran ẹdiyẹ	sun	ẹja

jídlo - oúnjẹ

ovesné vločky
oti poreji

müsli
museli

vločky
confulakisi

mouka
iyẹfun

croissant
kirosanti

houska
rolu búrẹdi

chléb
burẹdi

toast
dín

sušenky
bisikiti

máslo
bọtà

tvaroh
kọdu

buchta
keki

vejce
ẹyin

volské oko
ẹyin díndín

sýr
ṣiṣi

jídlo - oúnjẹ

zmrzlina	cukr	med
aisi kirimu	ṣúgà	oyin

marmeláda	nugátový krém	kari
jamu	àfira ṣokoleti	kọri

usedlost
oko

selské stavení
ilé oko

stodola
àká

balík slámy
kóriko

pole
pápá

kůň
àgbà ẹṣin

příves
pọ́npọ́n

hříbě
ẹṣin

traktor
katakata

osel
ẹṣin

jehně
àgùntàn

ovce
àgùntàn

koza

ewúrẹ́

kráva

máàlù

tele

ọdọ́ àgùntàn

prase

ẹlẹ́dẹ̀

sele

ọmọ ẹlẹ́dẹ̀

býk

àgbò

husa
ọmọ pẹ́pẹ́yẹ

kachna
pẹ́pẹ́yẹ

kuře
ọmọ adìyẹ

slepice
adìyẹ

kohout
àkùkọ

krysa
èkúté

kočka
olóngbò

myš
eku

vůl
kẹ́tẹ́kẹ́tẹ́

pes
ajá

psí bouda
ilé ajá

zahradní hadice
ọ̀pá ọgbà

kropicí konev
abọ́ omi

kosa
scythe

pluh
ọkọ̀ irúgbìn

srp
abẹ oko

motyka
ọkọ́

vidle
irinṣẹ́ kóriko

sekera
àáké

kolecko
wilibaro

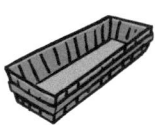
koryto
àgbá

konev na mléko
abọ wàrà

pytel
àpò

plot
ògiri

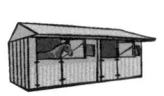
stáj
pẹpẹ oko

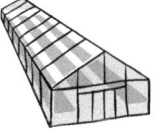
skleník
ibi ìdáko

půda
ilẹ̀

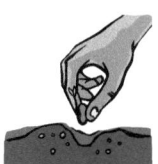
osivo
irúgbìn

hnojivo
ajílẹ̀

kombajn
àkópọ̀ olùkórè

usedlost - oko 29

sklidit
ìkórè

sklizeň
ìkórè

smldinec
iṣu

pšenice
bàbà

sója
soya

brambora
ànàmọ́

kukuřice
àgbàdo

řepka
irúgbin rapu

ovocný strom
igi èso

maniok
ẹgẹ́

obilí
jéró

dům
ilé

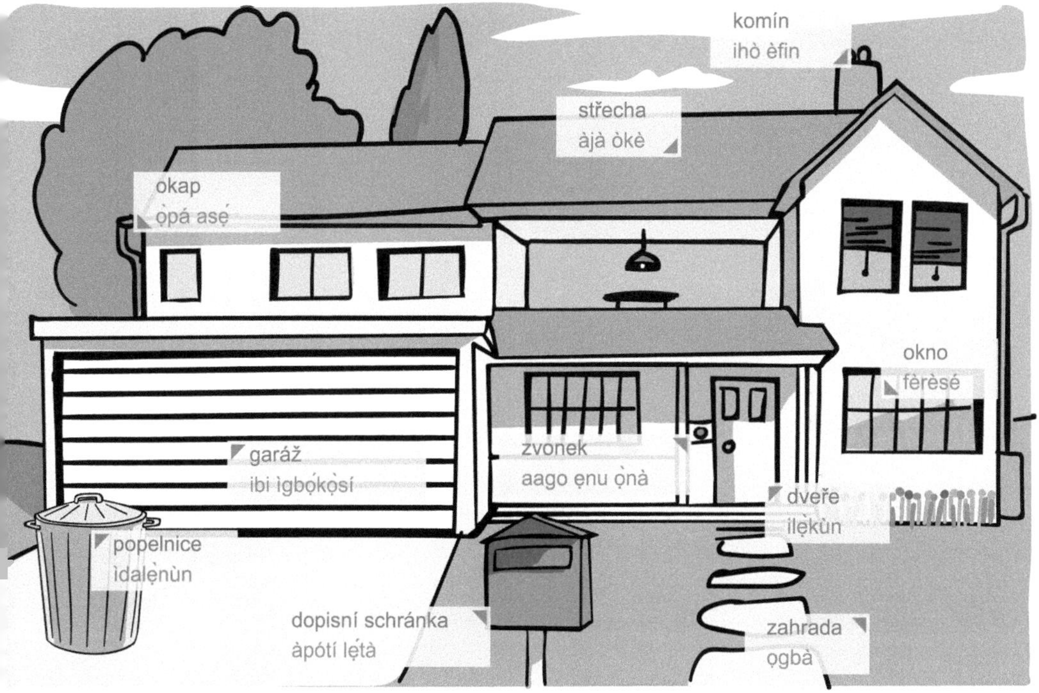

komín
ihò èfin

střecha
àjà òkè

okap
òpá asẹ́

okno
fèrèsé

garáž
ibi ìgbọ́kọ̀sí

zvonek
aago ẹnu ọ̀nà

dveře
ilẹ̀kùn

popelnice
ìdalẹ̀nùn

dopisní schránka
àpótí lẹ́tà

zahrada
ọgbà

obývací pokoj
yàrá ìgbé

koupelna
ilé ìwẹ̀

kuchyně
ilé ìdáná

ložnice
yàrá ìbùsùn

dětský pokoj
yàrá ọmọdé

jídelna
yàrá ìjẹun

dům - ilé

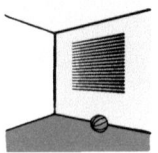

podlaha

ilẹ̀

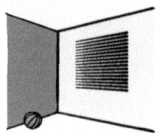

zeď

ògiri ilé

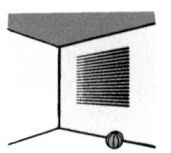

deka

àjà

sklep

sẹla

sauna

sauna

balkón

ọ̀dẹ̀dẹ̀

terasa

ọnà

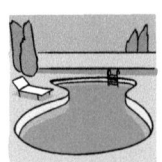

bazén

ibi iwẹ̀

sekačka na trávu

ẹ̀rọ ìgéko

ložní prádlo

ojú-ewé

lůžková přikrývka

aṣọ orí ibùsùn

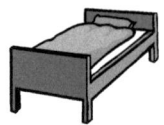

postel

ibùsùn

smeták

ọwọ̀

kýbl

garawa

vypínač

yípo

obývací pokoj
yàrá ìgbé

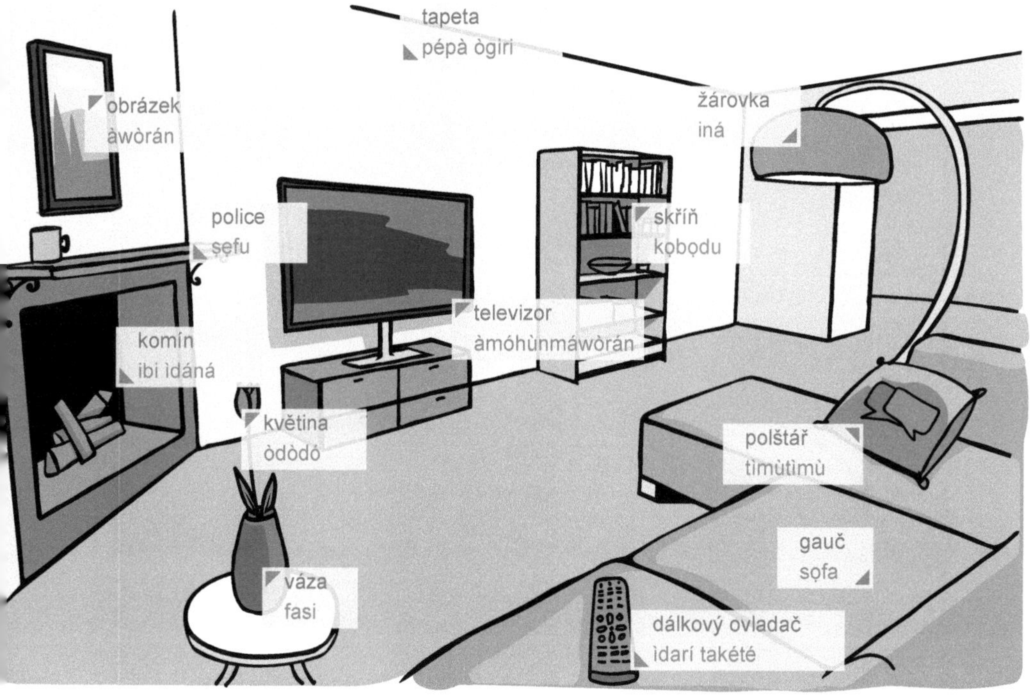

- tapeta — pépà ògiri
- obrázek — àwòrán
- žárovka — iná
- police — ṣefu
- skříň — kọbọdu
- komín — ibi ìdáná
- televizor — àmóhùnmáwòrán
- květina — òdòdó
- polštář — tìmùtìmù
- váza — fasi
- gauč — sofa
- dálkový ovladač — ìdarí takété

koberec
kápeti

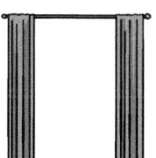

závěs
kọtini

stůl
tábili

židle
àga

houpací křeslo
àga amìtìti

křeslo
àga ọlọ́wọ́

kniha	strop	ozdoba
ìwé	aṣọ ibora	ọṣọ́

palivové dříví	film	stereo souprava
igi idáná	fíìmù	irinṣẹ́ hi-fi

klíč	noviny	malba
kọ́kọ́rọ́	ìwé ìròyìn	kíkunlẹ́

plakát	rádio	poznámkový blok
àlẹ̀mọ́	redio	ìkọwé

vysavač	kaktus	svíce
ufa	kakitọsi	àbẹ́là

obývací pokoj - yàrá ìgbé

kuchyně
ilé ìdáná

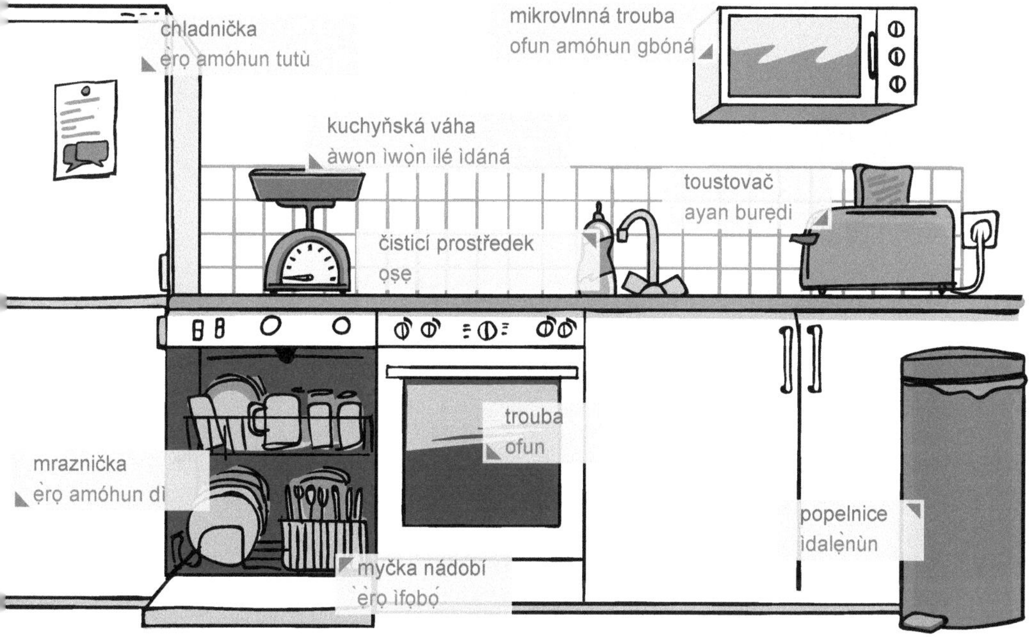

chladnička
èrọ amóhun tutù

mikrovlnná trouba
ofun amóhun gbóná

kuchyňská váha
àwọn ìwọ̀n ilé ìdáná

toustovač
ayan burẹdi

čisticí prostředek
ọṣẹ

trouba
ofun

mraznička
èrọ amóhun dì

popelnice
idalẹ̀nùn

myčka nádobí
èrọ ìfọbọ́

sporák

ìdáná

hrnec

ìṣasun

litinový hrnec

ìṣasun irin

wok / kadai

wok / kadai

pánev

panu

varná konvice

kẹturu

kuchyně - ilé ìdáná

parní hrnec
amoru

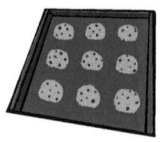

plech na pečení
pẹpẹ ìdáná

nádobí
dídáná

hrnek
ife gilasi

miska
àdému

jídelní hůlky
igi ìjẹun

naběračka
ladu

obracečka
ṣibí kòtò

metla
wisiki

síto
sitirena

cedník
asẹ

struhadlo
gireta

hmoždíř
odó

gril
àsun

ohniště
ibi ìdáná

kuchyně - ilé ìdáná

prkénko na krájení
pẹpẹ gígé

váleček na těsto
igi ilọ̀

dóza
agolo

otvírák na konzervy
olùṣí agolo

chňapka
àdìmú iṣasun

umyvadlo
kòtò

kartáč na nádobí
burọṣi

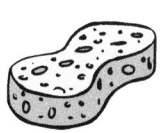
houba
kaninkanin

mixér
ẹ̀rọ ilọta

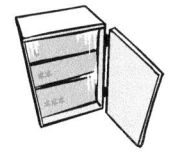
mrazák
ẹ̀rọ amóhun dì oníkòtò

dětská lahev
ohun ìjẹun ọmọdé

kohoutek
ẹnu ẹ̀rọ omi

kuchyně - ilé ìdáná

koupelna
ilé ìwẹ̀

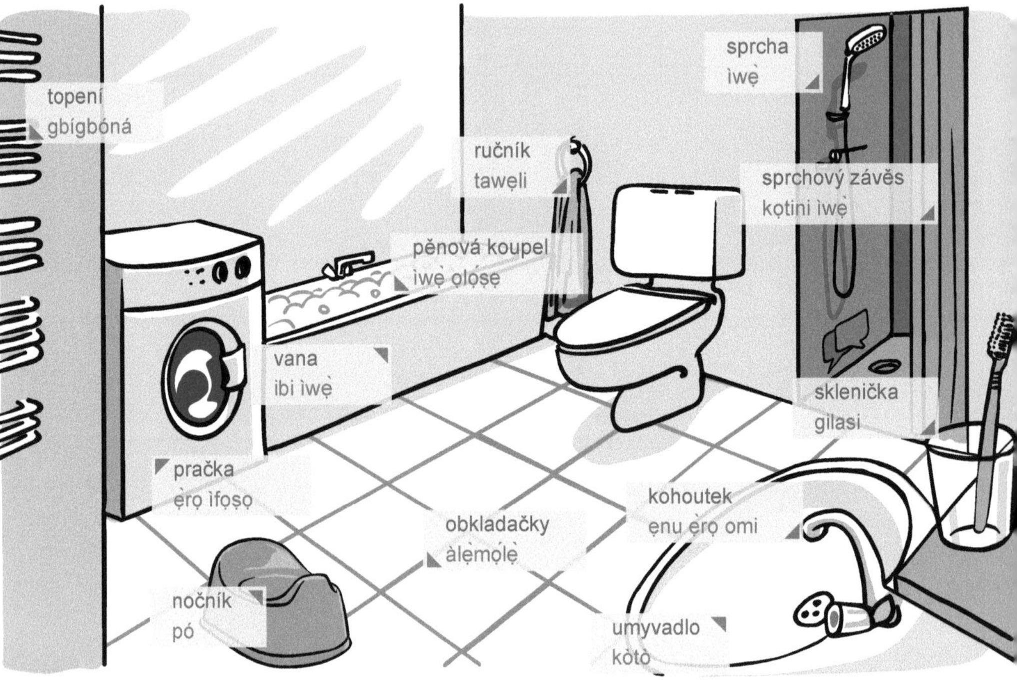

- sprcha — iwẹ̀
- topení — gbígbóná
- ručník — tawẹli
- sprchový závěs — kọtini iwẹ̀
- pěnová koupel — iwẹ̀ olóṣẹ
- vana — ibi iwẹ̀
- sklenička — gilasi
- pračka — ẹrọ ifoṣọ
- kohoutek — ẹnu ẹrọ omi
- obkladačky — àlẹmọlẹ
- nočník — pó
- umyvadlo — kòtò

záchod
ibi ìyàgbẹ́

turecký záchod
ibi ṣálángá

bidet
bidẹti

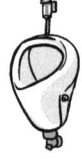

pisoár
títọ̀

toaletní papír
pépa ibi ìyàgbẹ́

záchodová štětka
burọṣi ibi ìyàgbẹ́

zubní kartáček
igi ifọnu

zubní pasta
ọṣẹ ifọnu

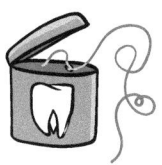

zubní niť
filọsi eyin

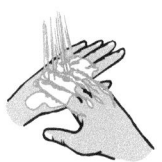

mýt
fọṣọ

ruční sprcha
iwẹ̀ ọlọ́wọ́

intimní sprcha
dọṣi

umyvadlo
basin

kartáč na záda
burọṣi ẹ̀yin

mýdlo
ọṣẹ

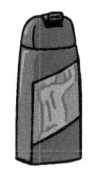

sprchový gel
gẹli iwẹ

šampón
ọṣẹ irun

žínka
filanẹni

odpad
sẹ́

krém
ìpara

deodorant
olóòrùn dídún

koupelna - ilé ìwẹ̀

zrcadlo

dingi

kosmetické zrcátko

díngi ọwọ́

holicí strojek

abẹ

pěna na holení

fomu ifárungbọn

voda po holení

lẹyìn ifarungbọn

hřeben

ìyarun

kartáč

burọsì

fén

agbẹrun

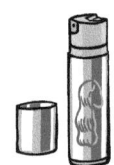

lak na vlasy

ìparun

makeup

ìmúra

rtěnka

ìtọ́tè

lak na nehty

fanisi èkaná

vata

òwú

nůžky na nehty

sisọsi èkaná

parfém

pafumu

koupelna - ilé ìwẹ̀

taška s toaletními potřebami
bàagi ìwẹ̀

stolička
àga

váha
iwọ̀n

župan
okùn ìwẹ̀

gumové rukavice
ibọ̀wọ́ rọ́bà

tampón
tampun

dámská vložka
ìnuwọ́

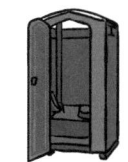
chemická toaleta
ṣálángá kẹmika

koupelna - ilé ìwẹ̀

dětský pokoj
yàrá ọmọdé

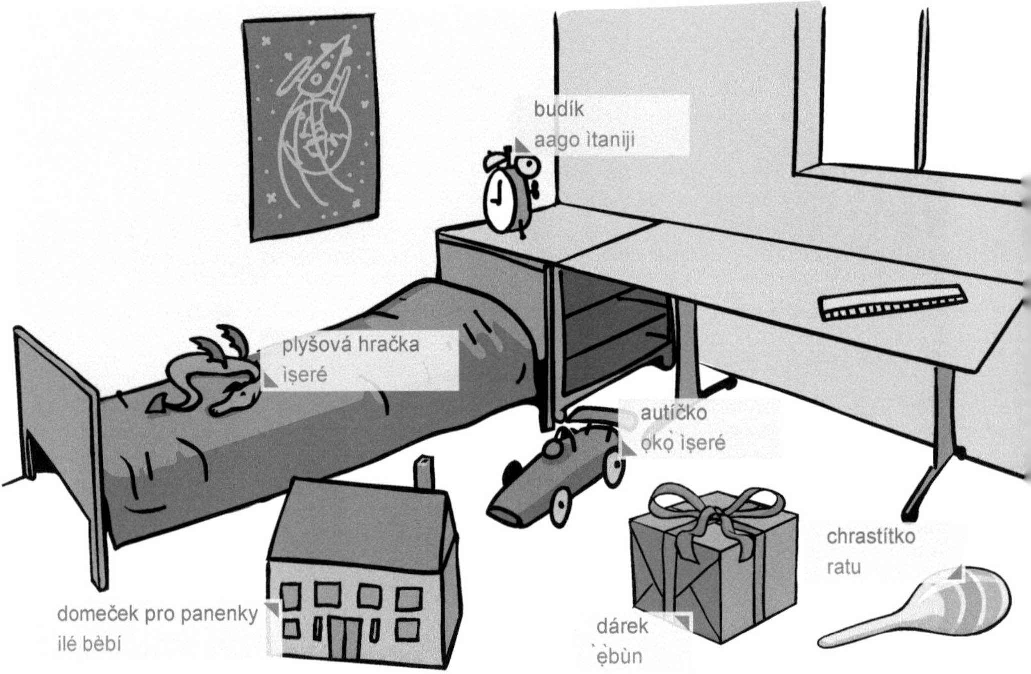
budík
aago ìtaniji
plyšová hračka
ìṣeré
autíčko
ọkọ̀ ìṣeré
chrastítko
ratu
domeček pro panenky
ilé bèbí
dárek
ẹ̀bùn

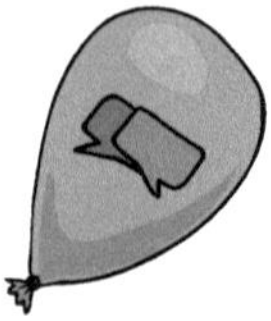
balón
fèrè

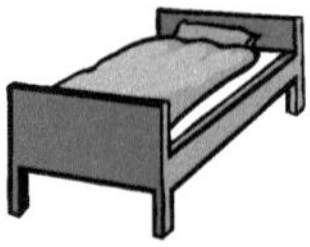
postel
ibùsùn

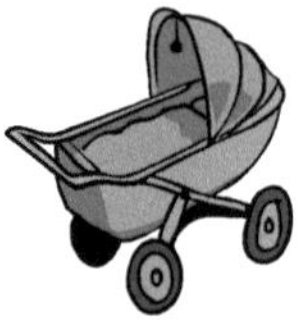
kočárek
ìgbọ́mọ

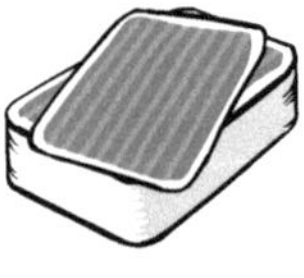
balíček karet
àpapọ̀ káàdì

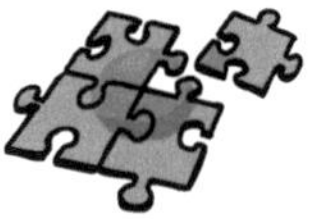
puzzle
ayùn

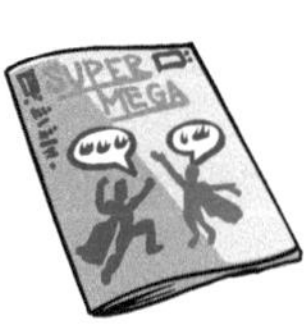
SUPER MEGA
komiks
àwàdà

lego kostky

àwọn biriki

stavebnice

ohun iṣeré

akční figurka

figọ iṣe

dupačky

idàgbàsókè

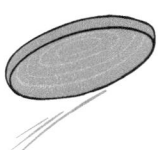

frisbee

firisibi

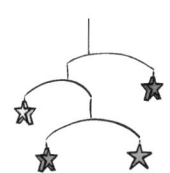

závěsné hračky nad postýlku

alágbèéká

desková hra

eré pẹpẹ

kostky

daisi

modelová železnice

àkópọ̀ ikọ́ni àwòṣe

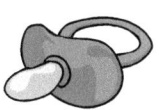

dudlík

dọmi

oslava

ayẹyẹ

obrázková kniha

ìwé àwòrán

míč

bọ́ọ̀lù

panenka

bèbí

hrát si

ṣeré

dětský pokoj - yàrá ọmọdé

pískoviště
kòtò yẹ̀pẹ̀

houpačka
jangilofa

hračky
àwọn ìṣeré

hrací konzole
kọ́nsolu ìṣeré fídíò

tříkolka
ẹlẹ́ṣẹ̀ mẹ́ta

medvídek
bèbí ọmọdé

šatník
ibi ikaṣọsi

oblečení
aṣọ

ponožky
sọkisi

punčochy
sitọkin

punčochové kalhoty
ṣòkòtò

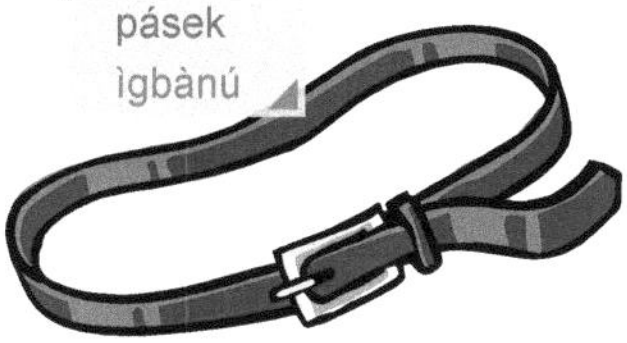

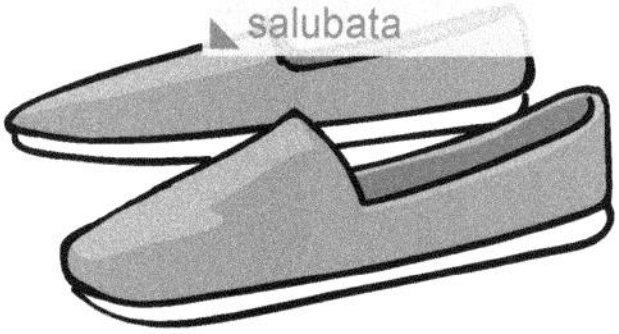

šála
sikafu

deštník
agbòjò

pásek
ìgbànú

tričko
t-ṣẹti

kozačky
bàtà

domácí obuv
salubata

tenisky
àwọn olùkọni

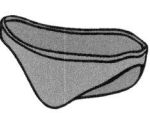

sandály

salubata

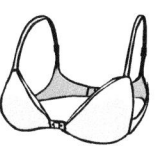

obuv

bàtà

holínky

bàtà òjò

spodní prádlo

pátá

podprsenka

kọ́mú

nátělník

fẹsiti

oblečení - aṣọ

body
ara

kalhoty
șòkòtò

džíny
kakí

sukně
sikęti

blůza
bulausi

košile
șęti

svetr
dúró

mikina
ìbòrí

blejzr
așọ òkè

bunda
așọ otútù

kabát
kotu

pláštěnka
așọ òjò

kostým
ìmúra

šaty
wọșọ

svatební šaty
așọ ìgbéyàwó

oblečení - așọ

oblek

sutu

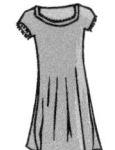

noční košile

aṣọ àwọ̀sùn

pyžamo

pijama

sárí

sari

šátek na hlavu

gèlè

turban

tọbanu

burka

bọka

kaftan

kafitani

abája

abaya

plavky

aṣọ ìwẹdò

pánské plavky

aṣọ àwọsókè

kraťasy

penpe

tepláková souprava

kotu

zástěra

aṣọ ìdáná

rukavice

ibọ̀wọ́

oblečení - aṣọ

knoflík
bọ́tìnnì

brýle
awò

náramek
ẹgbà ọwọ́

náhrdelník
ẹgbà ọrùn

prsten
òrùka

náušnice
gbígbọ́

čepice
filà

ramínko
ikọ́ kotu

klobouk
àkẹtẹ̀

kravata
tai

zip
sipu

helma
koto

kšandy
biresi

školní uniforma
aṣọ ilé-ìwé

uniforma
yunifọmu

oblečení - aṣọ

bryndák	dudlík	plena
bibu	dọmi	ilédìí

kancelář
ọ́físì

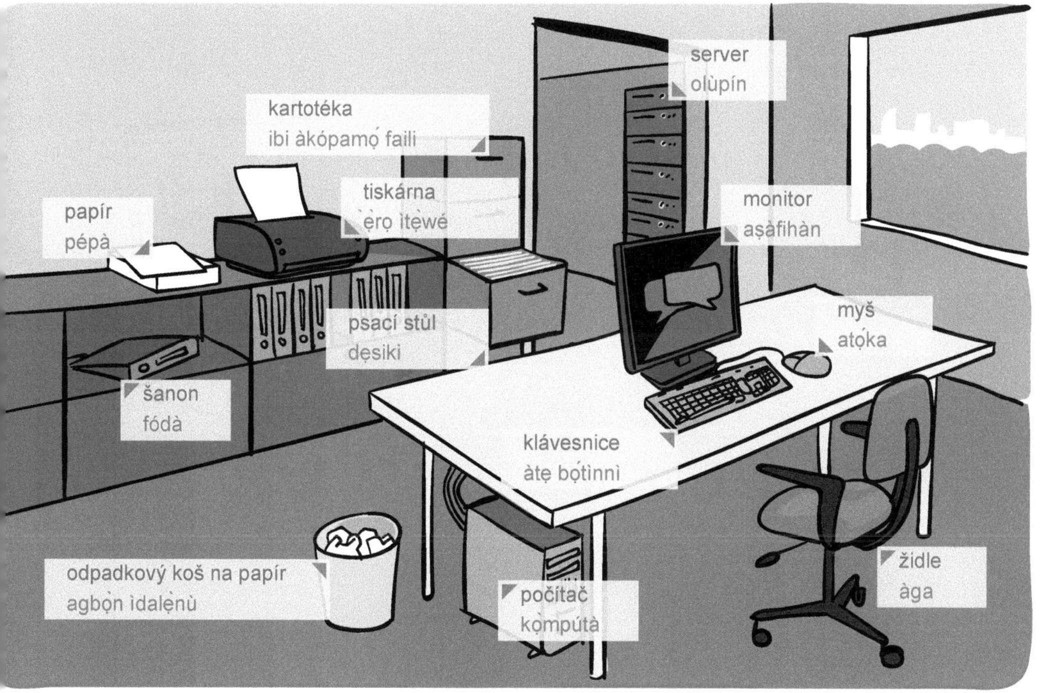

- server / olùpín
- kartotéka / ibi àkópamọ́ faili
- papír / pépà
- tiskárna / ẹ̀rọ itẹ̀wé
- monitor / aṣàfihàn
- psací stůl / dẹsiki
- myš / atọ́ka
- šanon / fódà
- klávesnice / àtẹ bọ́tìnnì
- odpadkový koš na papír / agbọ̀n ìdalẹ̀nù
- počítač / kọ̀mpútà
- židle / àga

hrnek na kávu	kalkulačka	internet
ife kọfí	ẹ̀rọ ìṣirò	ayélujára

kancelář - ọ́físì

notebook
kòmpútà àgbélétan

dopis
létà

zpráva
ìfìránṣẹ́

mobil
alágbèéká

síť
nẹ́tíwọ̀kì

kopírka
`ẹ̀rọ ẹdà

software
sọftwia

telefon
`ẹ̀rọ ìbánisọ̀rọ̀

zásuvka
ihò iná

fax
ẹ̀rọ fakisi

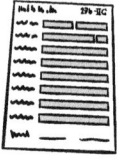
formulář
fọ́ọ̀mù

dokument
ìwé àkọsílẹ̀

kancelář - ọfisi

hospodářství
ọrọ̀ ajé

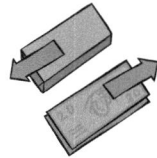

nakupovat
rà

zaplatit
sanwó

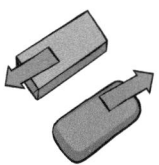

jednat
ṣòwò

peníze
owó

dolar
dọla

euro
yuro

jen
yẹni

rubl
rọbu

frank
Siwisi frans

juan
renminbi yuan

rupie
rupi

bankomat
ibi owó

směnárna

ibi ìpàrọ̀ owó

zlato

wúrà

stříbro

fàdákà

olej

epo

energie

agbára

cena

iye

smlouva

àdéhùn

daň

owó orí

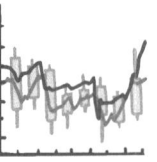

akcie

ìpín ọjà

pracovat

ṣiṣẹ́

zaměstnanec

òṣìṣẹ́

zaměstnavatel

agbani síṣẹ́

továrna

ilé iṣẹ́

obchod

ìsọ̀

hospodářství - ọrọ̀ ajé

povolání
àwọn iṣẹ́ ààyò

policista
ọ̀gá ọlọ́pàá

hasič
panápaná

kuchař
adáná

lékař
dókítà

pilot
awakọ̀ òfurufú

zahradník
ológbà

truhlář
gbẹ́nàgbẹ́nà

švadlena
aránṣọ

soudce
adájọ́

chemik
olóògùn

herec
òṣèré

řidič autobusu
awakọ̀ èrò

řidič taxi
awakọ̀ èrò

rybář
apẹja

uklízečka
omidan agbálẹ̀

pokrývač
kanlékanlé

číšník
agbóunjẹ

myslivec
ọdẹ

malíř
akunlé

pekař
olùṣe iyẹ̀fun

elektrikář
aṣàtúnṣe iná

stavební dělník
akọ́lé

inženýr
amojú ẹrọ

řezník
alápatà

klempíř
pulọmba

listonoš
afiwé ránṣẹ́

povolání - àwọn iṣẹ́ ààyò

voják
jagunjagun

architekt
ayàwòrán ilé

pokladní
akawó

florista
olódòdó

kadeřník
aṣerun lóge

průvodčí
adarí èrò

mechanik
aṣàtúnṣe ọkọ̀

kapitán
adarí

zubař
olùtọ́jú eyín

vědec
onímọ̀ ijìnlẹ̀

rabín
olùkọ́ni

imám
imamu

mnich
mọnki

duchovní
òjíṣẹ́ Ọlọ́run

povolání - àwọn iṣẹ́ ààyò

nářadí
àwọn irinṣẹ́

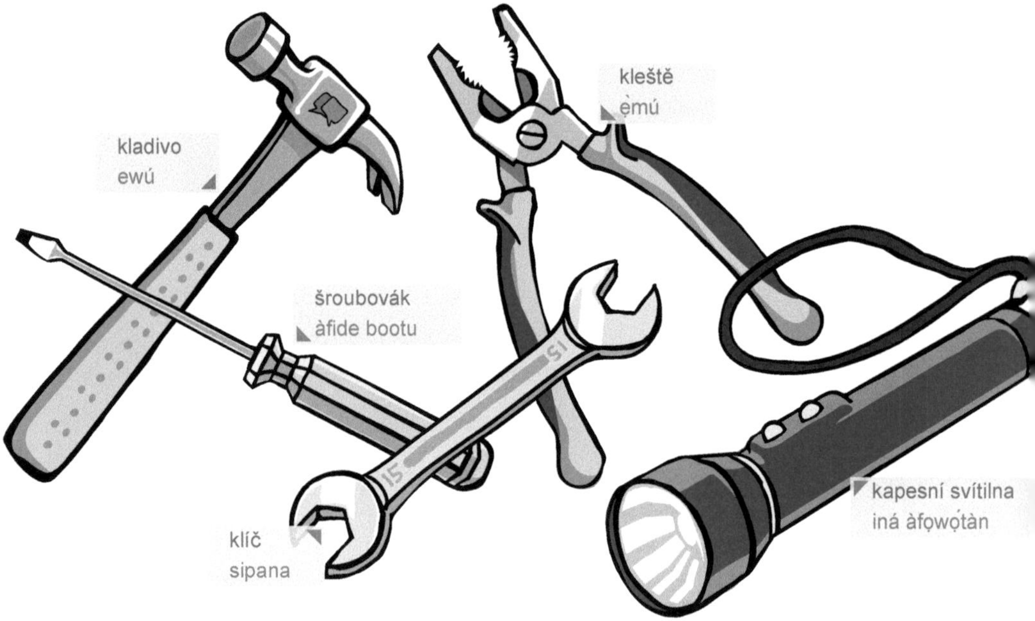

kladivo
ewú

kleště
ẹ̀mú

šroubovák
àfide boôtu

klíč
sipana

kapesní svítilna
iná àfọwọ́tàn

bagr
jiga

skříň na nářadí
àpótí irinṣẹ́

žebřík
àgàsọ̀

pila
ayùn

hřebíky
èṣó

vrtačka
ilu

opravit
túnṣe

lopata
sọ́bìrì

Kurva!
Adágún!

lopatka
igbá idọ̀tí

vědroé na barvu
kòkò ọdà

šrouby
boòtu

hudební nástroje
àwọn irinṣẹ́ orin

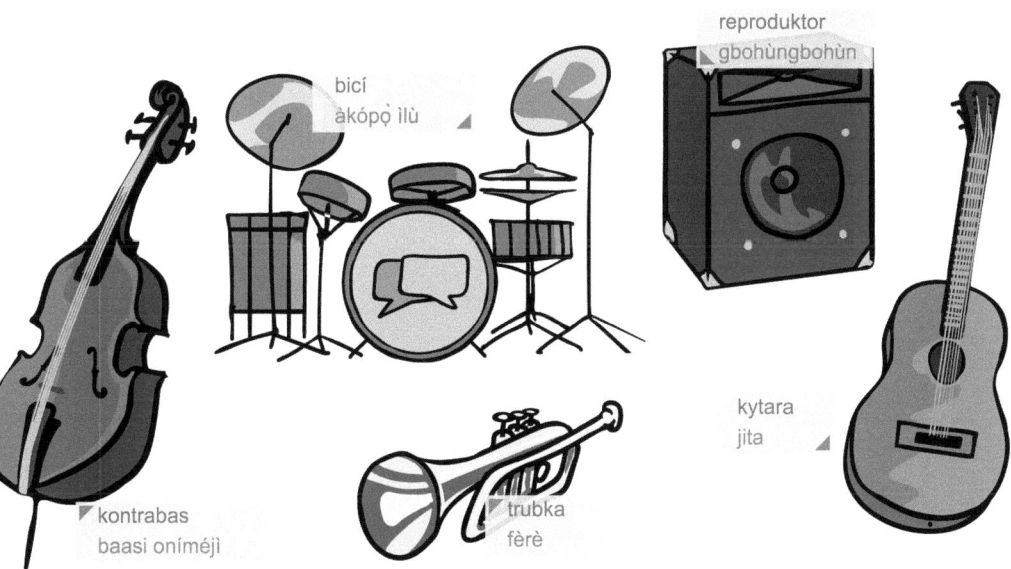

kontrabas
baasi oníméjì

bicí
àkópọ̀ ìlù

trubka
fèrè

reproduktor
gbohùngbohùn

kytara
jita

klavír
dùrù

housle
faolin

basa
baasi

tympán
timpani

bubny
àwọn ìlù

keyboard
kiibọdu

saxofon
sasofonu

flétna
fèrè ìpè

mikrofon
ẹ̀rọ gbohùngbohùn

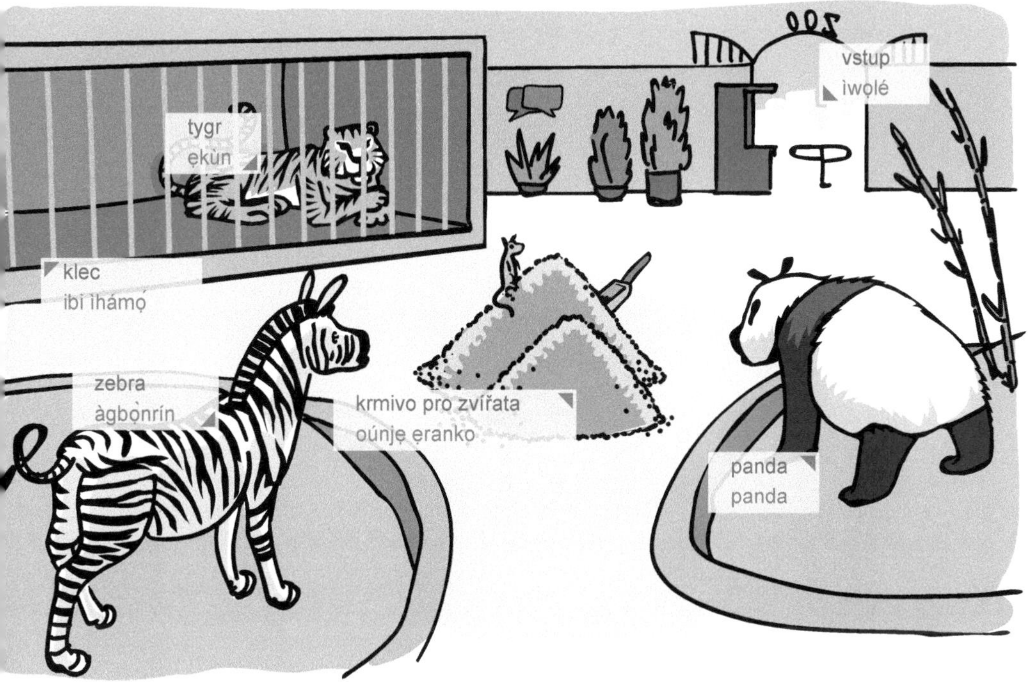

zoo
ibi ẹranko

tygr
ẹkùn

vstup
ìwọlé

klec
ibi ìhámọ

zebra
àgbọ̀nrín

krmivo pro zvířata
oúnjẹ ẹranko

panda
panda

zvířata
àwọn ẹranko

slon
erin

klokan
kangaruu

nosorožec
raino

gorila
ọ̀bọ lagido

medvěd
biari

velbloud
kẹ́tẹkẹtẹ́

pštros
eyẹ agùnlọ́rùn

lev
kìnìún

opice
ọ̀bọ

plameňák
yọjayọja

papoušek
ayékòótọ́

lední medvěd
biari omi

tučňák
pinguin

žralok
ṣaki

páv
ọkín

had
ejò

krokodýl
ọnì

ošetřovatel zvířat
olùtọ́jú ibi ẹranko

tuleň
sili

jaguár
jagua

zoo - ibi ẹranko

poník
poni

leopard
ẹkùn

hroch
ẹran omi

žirafa
jirafi

orel
àṣá

divoké prase
ẹlẹ́dẹ́ igbó

ryby
ẹja

želva
ijàpá

mrož
wọrọsi

liška
kọlọkọlọ

gazela
gasẹli

zoo - ibi ẹranko

sport
àwọn eré ìdáraya

americký fotbal
Bọọ́lù àfẹsẹ̀gbá Amẹrika

cyklistika
kẹ̀kẹ́

tenis
tẹnisi

košíková
bọọ́lù agbọ̀n

plavání
iwẹ̀ odò

box
ẹlẹ́sẹ̀ẹ́

lední hokej
ọki yìnyín

kopaná
bọọ́lù àfẹsẹ̀gbá

badminton
badmintin

lehká atletika
àwọn tí ń sáré

házená
bọọ́lù ọlọ́wọ́

běh na lyžích
eré orí yìnyín

vodní pólo
polo

aktivity
àwọn iṣẹ́

aktivity - àwọn iṣẹ́

mít
ní

dělat
şe

být
jẹ́

stát
dúró

běhat
sáré

táhnout
fà

hodit
jù

padat
şubú

ležet
parọ́

čekat
dúró

nosit
gbé

sedět
jókòó

oblékat
múra

spát
sùn

vzbudit se
jí

aktivity - àwọn iṣẹ́

prohlédnout si

wo

plakat

kígbe

pohladit

ọ̀pá

česat

ìlarun

hovořit

sọ̀rọ̀

rozumět

lóye

ptát se

bèrè

slyšet

tẹtí

pít

omi

jíst

jẹun

uklidit

palẹ̀mọ́

milovat

ifẹ́

vařit

dáná

jet

wakọ̀

letět

fò

aktivity - àwọn iṣẹ́

plachtit
igbín

počítat
ṣírò

číst
kàwé

učit se
kọ́

pracovat
ṣiṣẹ́

vzít si
gbéyàwó

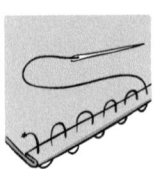
šít
ránṣọ

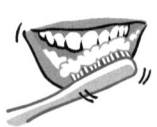
čistit si zuby
fọ eyín

zabít
pa

kouřit
mu sìgá

poslat
firánṣẹ

rodina
ẹbí

babička
ìyá ńlá

dědeček
bàbá ńlá

otec
bàbá

matka
ìyá

dítě
ọmọdé

dcera
ọmọbìnrin

syn
ọmọkùnrin

host

àlejò

teta

àbúrò ìyá

strýc

àbúrò bàbá

bratr

arákùnrin

sestra

arábìnrin

tělo
ara

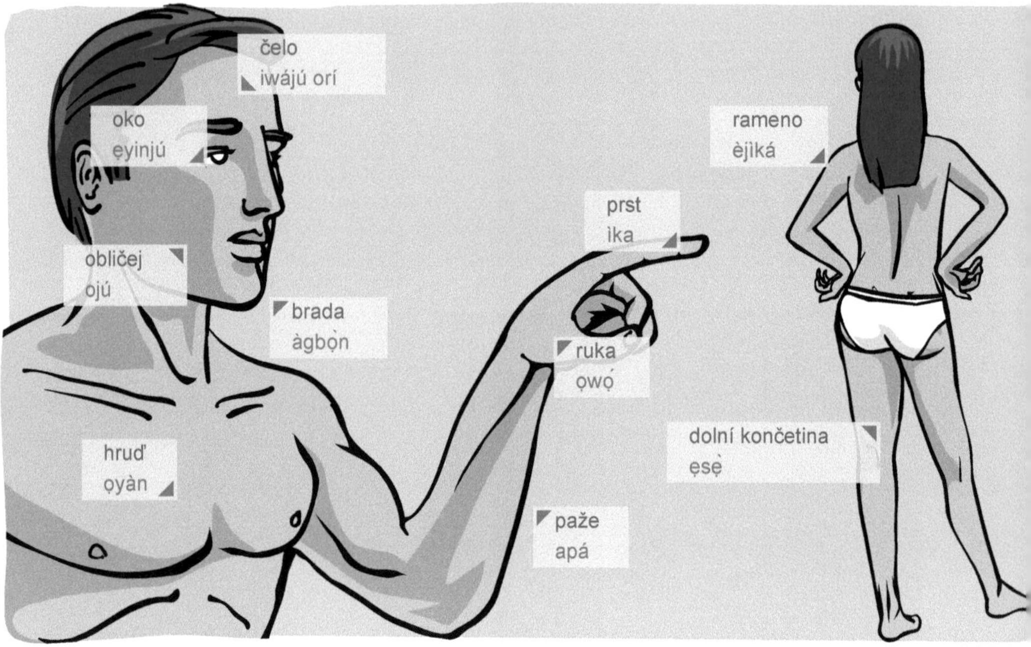

čelo
iwájú orí

oko
ẹyinjú

rameno
èjìká

prst
ika

obličej
ojú

brada
àgbọ̀n

ruka
ọwọ́

hruď
ọyàn

dolní končetina
ẹsẹ̀

paže
apá

dítě
ọmọdé

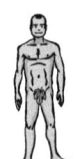

muž
ọkùnrin àgbà

žena
obìnrin àgbà

dívka
obìnrin

chlapec
ọkùnrin

hlava
orí

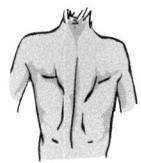

záda

ẹ̀yìn

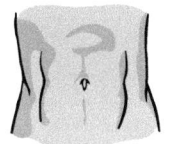

břicho

inú

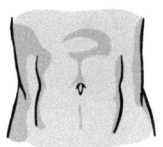

pupík

ìdodo

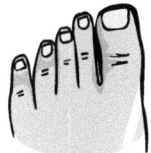

prst na noze

ìka ẹsẹ̀

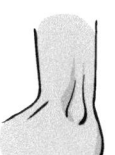

pata

ẹ̀yìn ẹsẹ̀

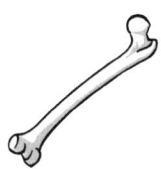

kost

egungun

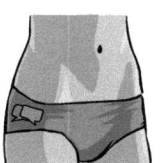

bok

ìbàdí

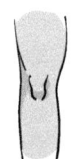

koleno

orúnkún

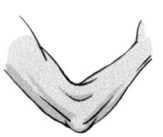

loket

ìgúpá

nos

imú

zadek

ìdí

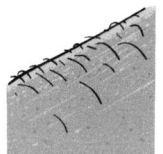

kůže

awọ

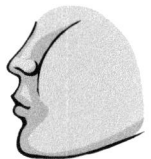

tvář

ẹ̀rẹ̀kẹ́

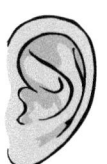

ucho

etí

ret

ètè

tělo - ara

ústa
ẹnu

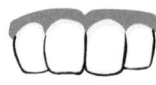
zub
eyín

jazyk
ahọ́n

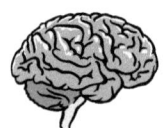
mozek
ọpọlọ

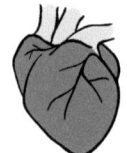
srdce
ọkàn

sval
iṣan

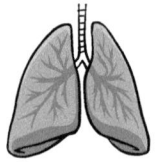
plíce
ifun

játra
ẹdọ

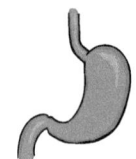
žaludek
ikùn

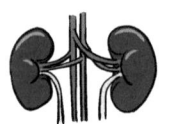
ledviny
kíndìrín

pohlavní styk
ìbálòpọ̀

kondom
rọ́bà àbò

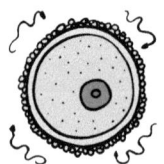
vajíčko
ofumu

sperma
àtọ̀

těhotenství
oyún

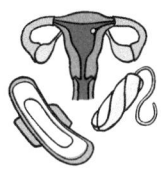

menstruace

ǹkan oṣù

vagina

òbò

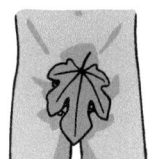

penis

okó

obočí

ìpénpéjú

vlasy

irun

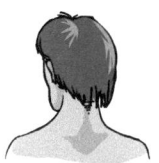

krk

ọrùn

nemocnice
ilé ìwòsàn

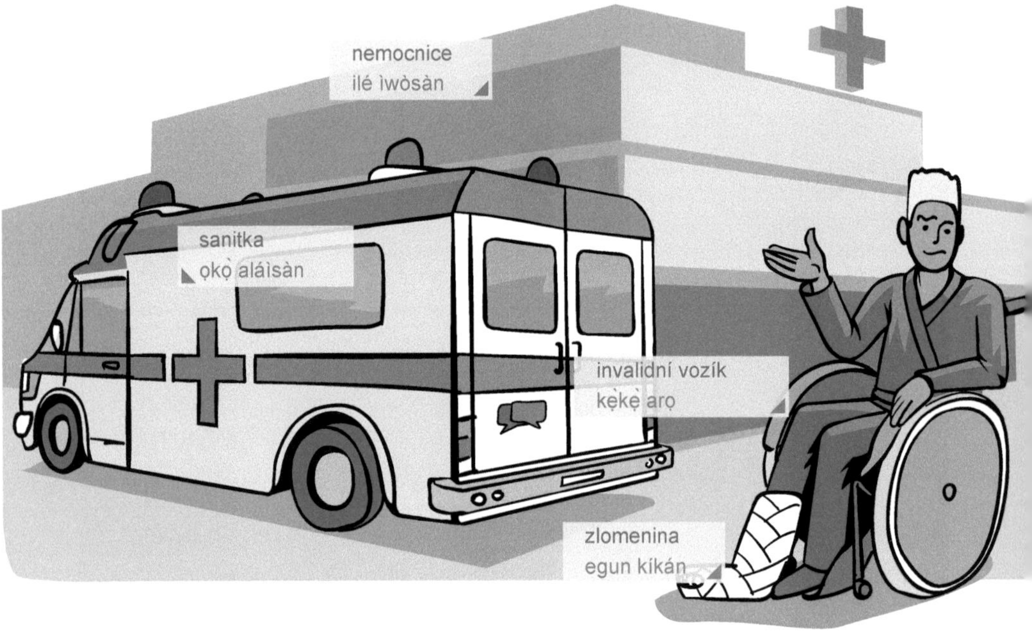

nemocnice
ilé ìwòsàn

sanitka
ọkọ̀ aláìsàn

invalidní vozík
kẹkẹ́ arọ

zlomenina
egun kíkán

lékař

dókítà

pohotovost

yàrá pàjáwìrì

zdravotní sestra

nọ́ọ̀sì

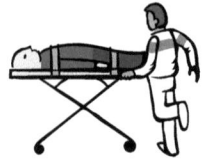

urgentní případ

pàjáwìrì

v bezvědomí

dákú

bolest

ìrora

nemocnice - ilé ìwòsàn

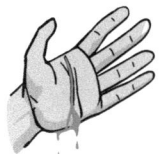

úraz
egbò

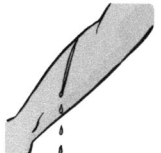

krvácení
ẹ̀jẹ̀ dídà

infarkt myokardu
àìsàn ọkàn

cévní mozková příhoda
ropárosẹ̀

alergie
àlébù ògùn

kašel
ikọ́

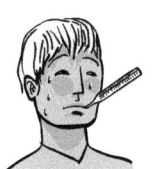

horečka
ibà

chřipka
ọfinkin

průjem
ìgbẹ́ gburu

bolest hlavy
ẹ̀fọ́rí

rakovina
jẹjẹrẹ

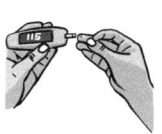

cukrovka
ìtọ̀ ṣúgà

chirurg
alábẹ

skalpel
abẹfẹ́lẹ́

operace
iṣẹ́ abẹ

nemocnice - ilé ìwòsàn

CT

CT

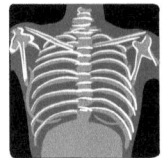

rentgen

x-ray

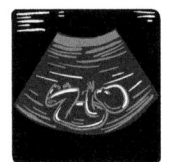

ultrazvuk

ọtirasandi

maska

aṣọ ìbòjú

nemoc

àrùn

čekárna

yàrá ìdúró

berle

ọ̀pá

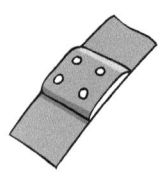

náplast

àlẹ̀mọ́

obvaz

aṣọ àfiwé

injekce

abẹ́rẹ́

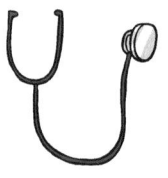

stetoskop

àyẹ̀wò èémì

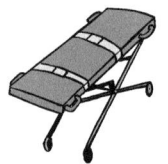

nosítka

àtẹ aláìsàn

teploměr

ẹ̀rọ iwọ̀n oru ilé ìwòsàn

porod

ìbí

nadváha

ìsanrajù

nemocnice - ilé ìwòsàn

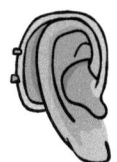
naslouchátko
ẹ̀rọ àfigbọ́rọ̀

dezinfekční prostředek
apa kòkòrò

infekce
àkóràn

virus
kòkòrò

HIV / AIDS
Àrùn HIV / AIDS

lékařství
òògùn

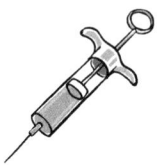
očkování
àjẹsára

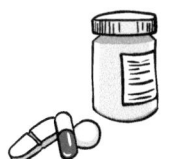
tablety
tabulẹ́ti

pilulka
òògùn

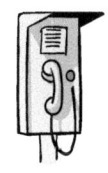
tísňové volání
ìpè pàjáwìrì

tonometr
atọ́pinpin ẹ̀jẹ̀ ríru

nemocný / zdravý
àìsàn / lera

nemocnice - ilé ìwòsàn

urgentní případ
pàjáwìrì

Pomoc!	poplach	přepadení
Ìrànlọ́wọ́!	ìtanìjí	ìlúnì

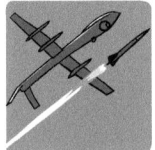		
napadení	nebezpečí	nouzový východ
ìdójukọ	ewu	ijáde pàjáwìrì

Hoří!	hasicí přístroj	nehoda
Ìná!	panápaná	ìjàmbá

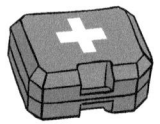		
zdravotnická brašna	SOS	policie
àpótí ìtọ́jú aláìsàn	SOS	ọlọ́pàá

země
Ayé

Evropa
Yuropu

Severní Amerika
North Amerika

Jižní Amerika
South Amerika

Afrika
Afirika

Asie
Esia

Austrálie
Osirelia

Atlantik
Atlantic

Pacifik
Pacific

Indický oceán
Indian Ocean

Jižní ledový oceán
Antarctic Ocean

Severní ledový oceán
Arctic Ocean

severní pól
Òpó Ìlà Òrùn

jižní pól	Antarktida	země
Òpó Ìwọ̀ Òrùn	Antarctica	Ayé

pevnina	moře	ostrov
ilẹ̀	òkun	erékùsù

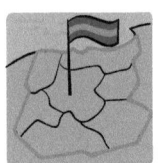 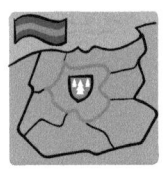

národ	stát
orílẹ̀-èdè	ìpínlẹ̀

hodiny
aago

ciferník · hodinová ručička · minutová ručička
ojú aago · ọwọ́ wákàtí · ọwọ́ ìṣẹ́jú

  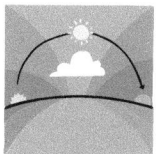

vteřinová ručička · Kolik je hodin? · den
ọwọ́ ìṣẹ́jú àáyá · Kínni aago sọ? · ojọ́

čas · teď · digitální hodinky
àkókò · báyìí · aago onínọ́mbà

minuta · hodina
ìṣẹ́jú · wákàtí

týden
ọsẹ̀

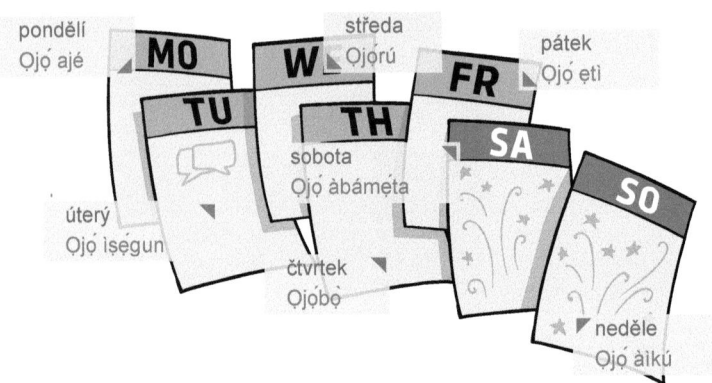

pondělí
Ojọ́ ajé

úterý
Ojọ́ iṣẹ́gun

středa
Ojọ́rú

čtvrtek
Ojọ́bọ̀

pátek
Ojọ́ ẹtì

sobota
Ojọ́ àbámẹ́ta

neděle
Ojọ́ àìkú

včera
àná

dnes
òní

zítra
ọ̀la

ráno
àárọ̀

poledne
ọ̀sán

večer
ìrọ̀lẹ́

pracovní dny
àwọn ojọ́ iṣẹ́

víkend
ìparí ọsẹ̀

týden - ọsẹ̀

rok
ọdún

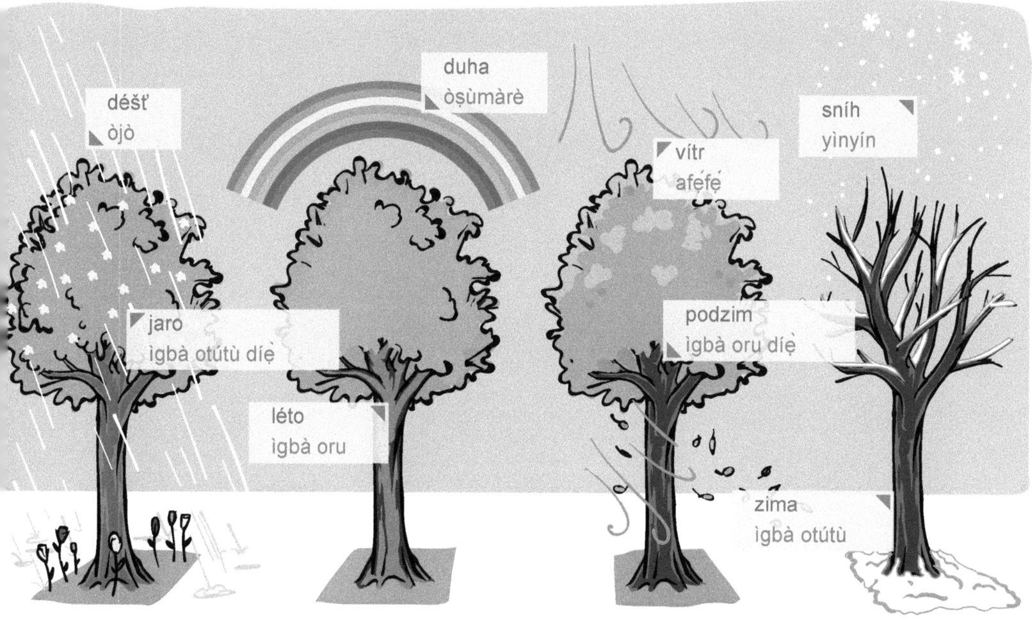

déšť
òjò
duha
òṣùmàrè
vítr
afẹ́fẹ́
sníh
yìnyín
jaro
ìgbà otútù díẹ̀
podzim
ìgbà oru díẹ̀
léto
ìgbà oru
zima
ìgbà otútù

4.APRIL 11°
5.APRIL 4°
6.APRIL 13°
7.APRIL 8°
8.APRIL 10°

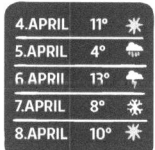

předpověď počasí

ìsọtẹ́lẹ̀ ojú-ọjọ́

F
C
120
90
60
30
0
-30
40
30
20
10
0
-10
-20

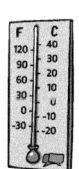

teploměr

ẹ̀rọ ìwọ̀n oru

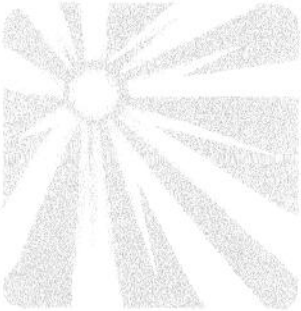

sluneční svit

ìtànsán òrùn

mrak

òfurufú

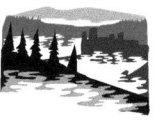

mlha

ọ̀pọ̀lọ́

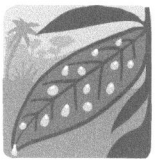

vlhkost

ọ̀gìnniti

blesk
iná

hrom
àrá

bouřka
ìjì

kroupy
kùrukùru

monzun
afẹ́fẹ́

povodeň
àgbàrá

led
omi dídì

leden
Oṣù kínní

únor
Oṣù kejì

březen
Oṣù kẹ̀ẹ̀ta

duben
Oṣù kẹ́ẹ́rin

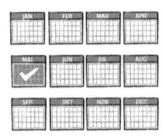
květen
Oṣù kaàrún

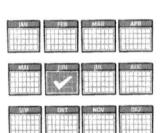
červen
Oṣù kẹfà

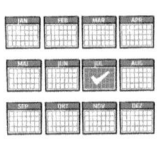
červenec
Oṣù keèje

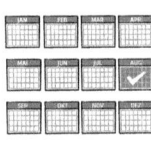
srpen
Oṣù keẹ̀jọ

září
Oṣù kẹẹ̀sán

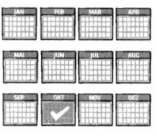
říjen
Oṣù kẹẹ̀wá

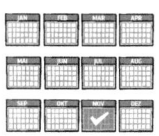
listopad
Oṣù kọkànlá

prosinec
Oṣù kejìlá

tvary
àwọn ìrísí

kruh
róbótó

čtverec
onígun mẹ́rin dọ́gba dọ́gba

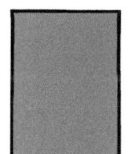
obdélník
onígun mẹ́rin

trojúhelník
onígun mẹ́ta

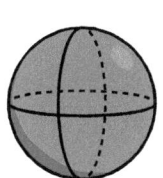
koule
sifia

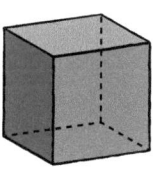
krychle
kubu

barvy
àwọn àwọ̀

bílá

funfun

žlutá

yẹlo

oranžová

olómi ọsàn

růžová

pinki

červená

pupa

fialová

pọpu

modrá

bulu

zelená

aláwọ̀ ewé

hnědá

buranu

šedá

rẹ̀súrẹ̀sú

černá

dúdú

protiklady
òdì

hodně / málo
ọ̀pọ̀ / níwọ̀nba

rozzuřený / mírumilovný
bínnú / farabalẹ̀

krásný / ošklivý
rẹwà / òbùrẹwà

začátek / konec
bíbẹ̀rẹ̀ / òpin

velký / malý
ńlá / kékeré

světlý / tmavý
mọ́lẹ̀ / dúdú

bratr / sestra
arákùnrin / arábìnrin

čistý / špinavý
mímọ́ / dọ̀tí

úplný / neúplný
parí / àìparí

den / noc
ojọ́ / alẹ́

mrtvý / živý
kú / àyè

široký / úzký
fẹ̀ / tínrín

jedlý / nejedlý

jíję / àìlèję

zlý / hodný

ibi / dára

vzrušený / znuděný

dunnú / sísú

tlustý / hubený

tóbi / tínrín

nejdříve / naposledy

àkọ́kọ́ / ìgbẹ̀yìn

přítel / nepřítel

ọ̀rẹ́ / ọ̀tá

plný / prázdný

kún / ṣófo

tvrdý / měkký

le / rọ

těžký / lehký

wúwo / fúyẹ́

hlad / žízeň

ebi / òhùngbẹ

nemocný / zdravý

àìsàn / lera

ilegální / legální

tàpá sófin / bá òfin mu

inteligentní / hloupý

ọlọ́gbọ́n / òmùgọ̀

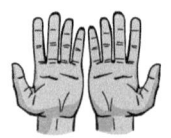

vlevo / vpravo

òsì / ọ̀tún

blízko / daleko

tòsí / jìnnà

protiklady - òdì

nový / použitý

tuntun / àlòkù

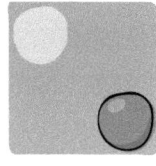

nic / něco

àìsí nkan / níní nkan

starý / mladý

arúgbó / ọ̀dọ́

zapnutý / vypnutý

tàn / kú

otevřeno / zavřeno

ṣí / padé

tichý / hlasitý

dákẹ́ / pariwo

bohatý / chudý

lọrọ̀ / tòsì

správný / špatný

tọ̀nà / àìtọ̀nà

drsný / hladký

àìdán / dán

smutný / šťastný

banújẹ́ / dunú

krátký / dlouhý

kúrú / gùn

pomalý / rychlý

lọra / yára

vlhký / suchý

tutù / gbẹ

teplý / chladný

lọ́wọ́rọ́ / otútù

válka / mír

ogun / àlàfíà

protiklady - òdì

čísla
nọ́mbà

0 nula / òdo

1 jedna / méní

2 dva / méjì

3 tři / mẹ́ta

4 čtyři / mẹrin

5 pět / márùún

6 šest / mẹfà

7 sedm / méje

8 osm / mẹ́jọ

9 devět / mẹ́sàán

10 deset / mẹ́wàá

11 jedenáct / mọ́kànlá

12

dvanáct
méjìlá

13

třináct
mẹ̀tàlá

14

čtrnáct
mẹrìnlà

15

patnáct
mẹdogun

16

šestnáct
marundinlógún

17

sedmnáct
mẹ́tàdínlógún

18

osmnáct
méjidínlógún

19

devatenáct
mọ́kàndínlógún

20

dvacet
ogún

100

sto
ọgọ́rùún

1.000

tisíc
ẹgbẹ̀rún

1.000.000

milion
milionu

čísla - nọ́mbà

jazyky
àwọn èdè

angličtina

Gẹ̀ẹ́sì

americká angličtina

Gẹ̀ẹ́sì Ilẹ̀ Amẹ́ríkà

standardní čínština

Mandarini Ṣaina

hindština

Hindi

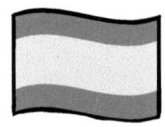

španělština

Sipaniṣi

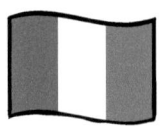

francouzština

Faransé

arabština

Lárúbáwá

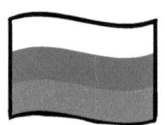

ruština

Rọṣia

portugalština

Pọtugi

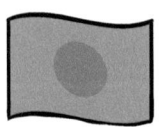

bengálština

Bẹngali

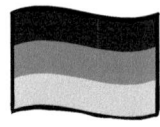

němčina

Jamani

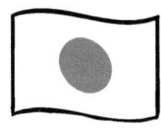

japonština

Japanisi

Kdo / co / jak
tani / kínni / báwo

já
Èmi

ty
ìwọ

on / ona / ono
ọkùnrin / obìnrin / nkan

my
àwa

vy
ìwọ

oni
àwọn

Kdo?
tani?

Co?
kínni?

Jak?
báwo?

Kde?
níbo?

Kdy?
nígbà wo?

jméno
orúkọ

kde
níbo

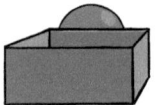

za
léyìn

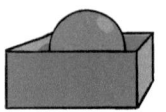

do
inú

z
níwájú

nad
lókè

na
lórí

mezi
lábẹ́

vedle
lẹ́gbẹ́ẹ́

mezi
láàrín

místo
ibi